D1680375

DISCOVERY BOOK PALACE PVT. LTD.
K.K.Nagar West, Chennai - 78.
(Near Pondichery Guest House)
mail : discoverybookpalace@gmail.com
online : www.discoverybookpalace.com
Ph : 044-6515 7525 M : 9940446650

கொண்டலாத்தி

ஆசை

க்ரியா

Kondalathi
Poems in Tamil
by Asai

First Edition: September 2010

Published by:

Published by Cre-A: P 37, Ground Floor, 5th Cross Street, University Colony, Palavakkam, Chennai 600 041
email : creapublishers@gmail.com
www.crea.in

creapublishers@gmail.com
www.crea.in

© *Poems: Asai*

© *Photographs: K.Gnanaskandan, Wikipedia, Asai*
(for details of acknowledgements see pages 60-61)

Layout : S.Ambika A.Kumaresh
Title lettering : P.Manivannan

Printed at:
Sudarsan Graphics
Chennai 600 017

ISBN: 978-81-85602-60-8

Price: Rs.180

- தையல்சிட்டு பறந்து சென்ற பின் 5
- ஒரு மொழியின் 6
- ஹெலிகாப்டர் குருவி 7
- கோடிகோடி மைல் 8
- இந்தக் கணத்தின் நிறம் நீலம் 9
- உன்னத சங்கீதம் 10
- தெருவோரம் நிற்கிறது 11
- நீ தேன் உறிஞ்சும் 12
- குக்குறுவான் 13
- காற்றுக்கொத்தி 14
- கைக்கெட்டி வாய்க்கெட்டாக் கதை 15
- கொக்கு 16
- எதுவும் நடக்கலாம் 17
- காற்றில் 18
- பிரபஞ்சங்களின் தோற்றம் 19
- ஒவ்வொரு கணத்தையும் 20
- எவ்வளவு நம்பிக்கை 21
- கொண்டலாத்தி 22
- சிட்டு பைரவி 23
- முதல் தோசை 24
- வானத்தை 25
- இவ்வளவு 26
- மழைக்கொத்தி 28
- பெயர்களின் பயனின்மை 31
- தன் வாழ்நாள் 32
- கரிச்சானின் சேட்டைகள் 33
- மன்னித்துவிடு மீன்கொத்தியே 34
- சிறுகணம்தான் 35
- என் கிளி தின்ற பூனை 36
- புள்ளித் தேன் 37
- உழவாரக் குருவி 38
- அந்தத் தவிட்டுக்குருவி இறந்துகொண்டிருந்தது 39
- ஏன் படைத்தாய் 42
- அதே இடம் 43
- பறவைகளின் வரைபடம் 44
- வரலாறு என்பது 46
- குக்குறுவான் வைரங்கள் 47
- என் இடம் 50
- குளம் 51
- சிறியதின் இடம் 52
- உலகு 54
- பருந்து 55
- கிளி 56

- பறவைகளின் பெயர்கள்: ஒரு குறிப்பு 57

- Acknowledgements 60

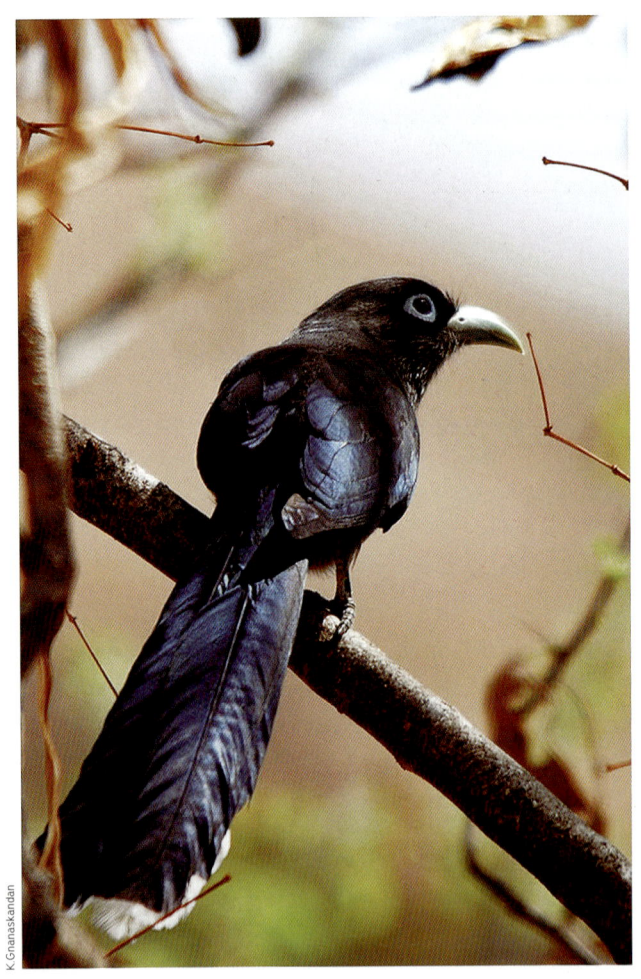

K.Gnanaskandan

நீலமுகச் செண்பகம்

தையல்சிட்டு பறந்து சென்ற பின்

தையல்சிட்டின் கனம்தான்
இருக்கும்
இந்தக் கணம்

அதிர்ந்துகொண்டிருக்கிறது
அது
தையல்சிட்டு பறந்து சென்ற பின்
அதிரும்
இலைக்காம்புபோல

25.08.10

ஒரு மொழியின் கடைசி மனிதன்
இறந்துபோனான்

அந்த மொழியின் முதல் சொல்லைத்
தன் கூட்டில் அடைகாக்கிறது
ஒரு பறவை

30.06.10

ஹெலிகாப்டர் குருவி

கரிச்சான் என்பார்கள் சிலர்
கரிக்குருவி என்பார்கள் சிலர்
ரெட்டைவால் குருவி என்பார்கள் சிலர்
பிளாக் டிராங்கோ என்பார்கள் ஆங்கிலத்தில் சிலர்
டைக்ருரஸ் மேக்ரோசெரஸ் என்று
அறிவியல் பெயர் சொல்வார்கள் சிலர்
எல்லோரும் தப்புத்தப்பாய்

ஹெலிகாப்டர் குருவி என்பான்
ஆடு மேய்க்கும் சிறுவன்
மிகச் சரியாய்

11.04.10

கோடிகோடி மைல் நீ
கடந்துவந்ததெல்லாம் என்
குட்டித் தேன்சிட்டின் மூக்கில்
பட்டு மிளிரவா ஒளியே சொல்?

21.04.10

இந்தக் கணத்தின் நிறம் நீலம்

தளும்பத் தளும்பப் பொங்கும் நீலம்
சிறகிலிருந்து நூலாய்ப் பிரியும்
ஒளியும் நனைய காற்றும் நனைய
பெய்யும் மழையின் பெயர் நீலம்

நுரைத்து நுரைத்து அலைகள் பாய்ந்து
தெறிக்கும் துளியில் ஒளியும் ஏறி
விரியும் வில்லில் தொடங்கும்
இந்த ஆற்றின் பெயர் நீலம்

கரையக் கரையப் பறந்து சென்று
முடியும் புள்ளியில் மூழ்கும் மீன்கொத்தி
அலைகள் தோன்றி அதிரும்
இந்தக் கணத்தின் நிறம் நீலம்

09.04.10

உன்னத சங்கீதம்

விடியற்காலை
காட்டாமணக்கு
மேற்கிளையில் ஒன்றும்
கீழ்க் கிளையில் ஒன்றுமாய்
இரண்டு கரிச்சான்

மேற்கிளைக் கரிச்சான் பாடப்பாட
பாடி முடித்து
அது தலை தாழ்த்திய இடத்தில் ஏந்தி
கீழ்க் கிளைக் கரிச்சான் ஆரம்பிக்க
    கரகர குரலில் பாடுவதற்கென்று
    இடையறாத சாதகம்
    விடியலைச் சற்று நிறுத்திவைத்துவிட்டு

20.08.10

தெருவோரம் நிற்கிறது
ஒற்றைக் கால் மைனா
உலகின் ஒட்டுமொத்த பலவீனங்களின்
உலகின் ஒட்டுமொத்த துயரங்களின்
உலகின் ஒட்டுமொத்த இழப்புகளின்
சின்னமாய்

நிம்மதி இழக்கிறேன் நான்
அதைக் கடந்து செல்லும் தருணம்

துப்பாக்கிக் குண்டுகளாலோ
கொத்துக்குண்டுகளாலோ
அணுகுண்டுகளாலோ
அது தன்னுடைய காலை இழந்திருக்க வேண்டியதில்லை

மனிதனின்
சிறு முட்டாள்தனமே போதுமானது
ஒரு மைனா தன் காலை இழப்பதற்கு

எந்த முறையீட்டையும் அது வைக்கவில்லை
யாருடைய மனசாட்சியையும் அது குறிபார்க்கவில்லை
யாரையும் அது குற்றம்சாட்டவில்லை
பிறர் கவனத்தைத் தன்பால்
ஈர்க்கவும் அது முயலவில்லை

என்பதே
மேலும் குற்றவாளியாக ஆக்கிவிடுகிறது
நம்மை

மிகவும் அபத்தமானது
நமது சக உயிர்
ஒற்றைக் கால் மைனாவாக இருப்பது

18.08.10

நீ தேன் உறிஞ்சும் கணத்தில்
ஒட்டுமொத்த பிரபஞ்சத்தையும் சேர்த்தே
உறிஞ்சிவிடுகிறாய்
கூடவே காலத்தையும்
ஒளியும் தப்பாது உன்னிடமிருந்து
உன்னுள் என்ன இருக்கிறது என்று
அறிய முடியாமல் போகிறது யாராலும்

பிரபஞ்சத்தின் கருந்துளை நீ

18.06.10

குக்குறுவான்

ஒற்றைக் கிளையில்
உச்சிக் கிளையில்
நீ

காலம் தொடங்கிய நாள்
முதலாய்
உன் அலகிலிருந்து 'குக் குக் குக்'
சொட்டிச்சொட்டி
நிரம்பித் தளும்புகிறது காற்று

நீ போய்விட்ட பிறகும்
உன் கிளையிலிருந்து சொட்டும்
உனது 'குக் குக் குக்'
காலம் முடியும்வரை

ஒவ்வொரு சொட்டாய்ச்
சொட்டிச்சொட்டி
இறுதிச் சொட்டில்
வெளியேறிவிடும்
எல்லாம்

10.04.10

காற்றுக்கொத்தி

ஒருநாள் மீன்கொத்தி காட்டினேன்
வியந்துபோனாள்
தூண்டில் இல்லாமல்
எப்படி அது மீன் பிடிக்கிறதென்று

ஒருநாள் கொண்டலாத்தி காட்டி
அதற்கு மண்கொத்தி என்றும் பெயருண்டு
என்றேன்
மண்ணில் இருக்கும்போது மண்கொத்தி என்றும்
பறக்கும்போது கொண்டலாத்தி என்றும்
தானே பெயர் மாறிவிடுமா என்றாள்

அப்புறம் மரங்கொத்தி
ஒருமுறை உப்புக்கொத்தியும்கூட

பிறகொரு நாள் என்னிடம் வந்து சொன்னாள்
காற்றுக்கொத்தி பார்த்தேனென்று

எங்கே எங்கே என்றேன்
அங்கே அங்கே என்றாள்

என்ன செய்ததென்றேன்

காற்றைக் காற்றைக்
கொத்திக் கொத்தித்
தின்றதென்றாள்

என்ன நிறமென்றேன்
காற்றின் நிறமென்றாள்.

10.04.10

கைக்கெட்டி வாய்க்கெட்டாக் கதை

இடைவிடாத துரத்தல்
இறுதியாக மரத்தில் தஞ்சம்
வெவ்வேறு கிளைகளில்
ஆண்குயிலும் பெண்குயிலும்
சட்டென்ற உந்துதலில்
பெண்குயில் நோக்கிப் பறந்து வந்து
ஆண்குயில் சேரப்போகும் சமயம்
எப்படித்தான் மூக்குவேர்த்ததோ
எங்கிருந்துதான் வந்ததோ
முன்னெச்சரிக்கைக் காகம் ஒன்று
கலைத்துத் துரத்தியது ஜோடியை

கிளையில் ஆரம்பித்தாலும்
கடைசியில் கதை
காகத்தின் கூட்டில்தானே
போய் முடியும்!

20.08.10

கொக்கு

காலால் கிளறி
மூக்கால் முட்டி
உழுத வயலையே
உழுதுகொண்டிருக்கும்
ஓரேர் உழவன்

19.08.10

K.Gnanaskandan

எதுவும் நடக்கலாம்
என்ற ஒரு கணத்தில்
-அதாவது எல்லாக் கணத்தையும் போன்ற
ஒரு கணத்தில்-
எதுவுமே நடக்காது
என்பதுபோல
ஒரு வாழைமரம்
சற்றுத் தாழ்ந்திருக்கும்
விரிந்த அதன் இலை
எதையுமே நடத்திக் காட்டும்
தேன்சிட்டு
இலையின் மேலிருந்து
வழுக்கிக்கொண்டு
சரிந்து இலைக்குழியின் நீரில் குளித்து
இலை விளிம்பில் நழுவி
அந்தரத்தில் நிலைத்து
உடல்நீர் தெறிக்கச் சிலுப்பிவிட்டு
சிறகடித்து
மீண்டும் இலையின் மேலிருந்து...

இப்படி நீட்டிக்கொண்டே போகிறது
தேன்சிட்டு
எதுவுமே நடக்கலாம் என்ற
இந்த ஒரு கணத்தை

என்னவோ
இருப்பது இந்த ஒரு கணம்தான்
என்பதைப் போல

23.08.10

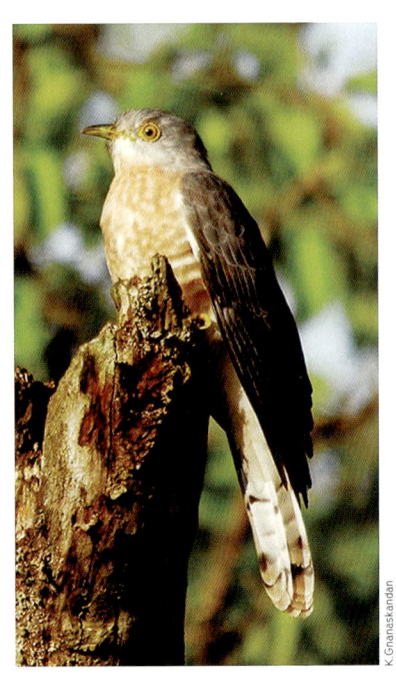

K.Gnanaskandan

காற்றில்
தன்னொலி பிரித்து
என்னொலி யாக்கும்
அக்காக்குயில்

15.04.10

பிரபஞ்சங்களின் தோற்றம்

மின்கம்பியில்
தினைக்குருவி
பக்கத்தில் வந்தமர்ந்தது
இன்னொரு தினைக்குருவி
முதல் குருவி வாலை ஆட்ட
நொடிப் பொழுதில்
இரண்டாம் குருவி வந்து
சிறகடித்தபடி
அந்தரத்தில்
புணர்ந்து
நொடிப் பொழுதில் திரும்பிப் போக
    தீர்மானிக்கப்படுகின்றன
    பிரபஞ்சங்களின் தோற்றம்
    நொடிப் பொழுதில்
    தினைக்குருவிகளுக்கே தெரியாமல்

20.08.10

ஒவ்வொரு கணத்தையும்
ஊடுருவுகிறது ரயில்
அப்படியே இருக்கிறது ஆறு
ஆற்றின் மேல் ஒரு மைனா
மைனா பறக்கும்போது
ஒவ்வொரு கணமும்
நிச்சலனம்

2009

எவ்வளவு நம்பிக்கை
என் வீட்டின் மேல்
அதிலுள்ள சிறு நாரத்தைச் செடியின் மேல்
அதன் சிறு கிளையின் மேல்

அதில் நீ கட்டப்போகும் கூட்டின்மேல்

அதுபோதும் உனக்கு
உலகத்தின் சுழற்சியையும்
பிரபஞ்சங்களின் இயக்கங்களையும்
கட்டுப்படுத்த

அதுபோதும் உனக்கு
நட்சத்திரங்களின் பிறப்பு இறப்புகளை
நீ கண்காணிக்க

கைக்குள் கொள்ளும் நீ
பிரபஞ்சமே கொள்ளாத
நம்பிக்கை வைத்திருக்கிறாய்
எனக்கும் சேர்த்து

என் வீட்டில்
ஒரு தேன்சிட்டின் கூடு
மிகவும் பாதுகாப்பானது
இவ்வுலகம்
எனக்கு

21.06.10

கொண்டலாத்தி

விசிறிக்கொண்டை
ஒய்யாரி
சிறகு விரித்தால்
சிங்காரி

பறக்கும் அழகென்னெ
நடக்கும் பவிசென்ன
போயும்போயும் தின்பாளே
புழுவைத் தரையில் கொத்தியே

18.04.10

K.Gnanaskandan

சிட்டு பைரவி

மூத்த டாகர் சகோதரர்களின்
சிந்து பைரவி

ஆரம்பத்தில்
இடையிடையே பேசுகிறார்
ஒரு டாகர்

J.M.Garg, 2006 Creative Commons Attribution-Share Alike 3.0 Unported

பிறகு ராகத்தில்
அவர் கலந்துகொள்ள
இடையிடையே
ச்சிர்ப் ச்சிர்ப்
என்ற சத்தம்
சீரான இடைவெளியில்

என்ன கருவி என்று
புலப்படவில்லை முதலில்

பிறகுதான் தெரிந்தது
அது சாகாவரம் பெற முயன்ற
ஒரு சிட்டுக்குருவியின் தந்திரம் என்று

ஆனாலும் சிட்டுக்குருவியே
உனது சபாவில் அத்துமீறிக் கச்சேரி செய்ய
என்ன தைரியம்
அந்த டாகர் சகோதரர்களுக்கு!

15.07.10

முதல் தோசை

என்ன அநியாயம் இது?

இப்போதுதான் பற்றவைத்தேன் அடுப்பை
அதற்குள் வந்துவிட்டாய்

சாதாரணமாய்க் கேட்க ஆரம்பித்து
பின் அதட்டி அதட்டிக் கேட்கிறாய்

ஆரம்பத்தில்
உனக்குச் சோறு பிடிக்காதென்று
நீ கேட்காமலே உனக்கு
தோசை கொடுத்துப் பழக்கிவிட்டது என் தப்பு

தட்டை வைத்துக்கொண்டு
பையன்கூட காத்திருக்கிறான்
கணவரும் சாப்பிட்டாக வேண்டும்

நீயோ 'வந்தேன்னா பார் பிச்சுப்புடுவேன்'
என்று அதட்டிக்கொண்டே
நிற்கிறாய்

காகமே
நீ உரிமையாய்க் கேட்கும்போது
திருட்டுப் பொருளைத்
திருப்பிக் கொடுப்பதுபோல்
தருகிறேன் உன்னிடம்
ஆற வைத்த
முதல் தோசையை

18.04.10

**வானத்தை
வானத்தைக்
கலைத்துப் பறக்கும்
கொக்குக் கூட்டம்
அவை கடக்கும்போதெல்லாம்
கலைந்து
கலைந்து
ஒன்று கூடும்
மீண்டும் வானம்**

21.04.10

இவ்வளவு
சின்னஞ்சிறிய ஒன்றுக்கும்
இடம் கிடைத்துவிடுகிறது உலகில்
எப்படியோ

தன் உடலைவிடச் சிறிய கூட்டில்
அடிவயிறு பதிய
உட்கார்ந்திருக்கிறது பெண் கரிச்சான்
மரத்தைச் சுற்றிலும் ஹெலிகாப்டர்போல்
ஆண் கரிச்சான்
ரோந்து வர

என்ன செய்ய முடியும் அதனால்
ஒரு பருந்து வந்தால்
பெருமழை அடித்தால்
அணுகுண்டு விழுந்தால்
விஷ வாயு கசிந்தால்
அணுஉலை வெடித்தால்
அவ்வளவு ஏன்
கிளையைப் பிடித்துச் சற்று உலுக்கினால்

ஒட்டுமொத்த உலகும்
அதற்கு எதிராக

என்ன செய்ய முடியும்
அதனால்

இருந்தும்
எல்லாவற்றுக்கும் எதிராக
அது கொண்டிருக்கிறது
ஒப்பற்ற ஓர் ஆயுதம்

இனிமையற்ற
கரகரப்பான

அதட்டலான
அதன் குரல்

எல்லாவற்றுக்கும்
எதிராக

அப்படியே உட்கார்ந்திருக்கிறது
பெண் கரிச்சான்

அற்புதங்களை அடைகாக்கிறது அது
வெளிவந்தால் தெரியும்
அவற்றின் அட்டூழியங்கள்

சுற்றிச் சுற்றி வருகிறது
ஆண்

சின்னஞ்சிறியது கரிச்சான்
அதனினும் சிறியது அதன் கூடு
அதனினும் சிறியது அதன் முட்டை

ஒட்டுமொத்த உலகமும்
சார்ந்திருக்கிறது
அதனை

15.04.10

K.Gnanaskandan

மழைக்கொத்தி

பெரும் பொறுப்புதான்
பாவம் இந்தச் சின்னஞ்சிறு வயதில்
ஏற்றுக்கொண்டிருக்கிறாள் அவள்

திரும்பத் திரும்பக் கேட்டாள்
யாரும் செய்யாததுதானே இது
யாராலும் இனியும் செய்ய முடியாததுதானே இது

உறுதிப்படுத்திக்கொண்ட பின்தான்
ஆரம்பித்தாள் தன் வேலையை

பறவைகளுக்குப் பெயரிட
அதுவும் இல்லாத பறவைகளுக்கு
இனி வரப்போகும் பறவைகளுக்கு

புராணப் பறவைகள்
அழிந்துபோன பறவைகள்
இருக்கும் பறவைகள்
அழிந்துகொண்டிருக்கும் பறவைகள்
என்றெல்லாம் சொல்லிக்கொண்டிருந்தபோது

வரப்போகும் பறவைகள்?
என்று கேட்டாள்

எனக்குத் தெரியாது என்றதும்
தனக்குத் தெரியும் என்றாள்

அவற்றுக்குப் பெயர்களைத்
தான் கண்டுபிடிக்கப்போவதாய்ச் சொன்னாள்

பறவைகளுக்குப் பெயரிட மட்டும்
யாரும் இல்லையென்றால் என்னதான் செய்வது
என்று அலுத்துக்கொண்டாள்

அன்றிலிருந்து ஆரம்பித்துவிட்டாள்
அந்த மகத்தான வேலையை

இரவு பகலாக
விழிப்பின்போதும்
உறக்கத்தின்போதும்
தேடிக்கொண்டிருந்தாள்
பெயர்களுக்கான சொற்களை
பெயர்களுக்கான பறவைகளை
பறவைகளுக்கான ஒலிகளை
ஒலிகளுக்கான பறவைகளை

கொத்திக் கொத்தி எடுத்தாள் காற்றிலிருந்து
ஒவ்வொரு ஒலியாய்

பெயர்களை மட்டுமன்றி
பெயர்களுக்குரிய புதிய பறவைகளையும்
கண்டுபிடிக்க ஆரம்பித்தாள்

முதலில் காற்றுக்கொத்தி பார்த்ததாகச் சொன்னாள்

இப்போதோ மழைக்கொத்தி என்கிறாள்

எங்கு என்கிறேன்

வானவில்லில்
அதன் கூட்டில் என்கிறாள்

மழையை மழையைக்
கொத்திக் கொத்தித் தின்றதென்கிறாள்

என்னைக் கூட்டிப்போய்க்
காட்டுவாயா என்கிறேன்

மழை பெய்யும்போது மட்டும்
மழைக்கொத்தி தெரியும்
அப்போது வா
அழைத்துப்போகிறேன் என்கிறாள்

நம்பவில்லைதானே நீங்களும்
என்னைப் போலவே

மழைக்கொத்தி
உண்மைதான்
என்றுணர
ஒன்று
நாம் அவளாக வேண்டும்
இல்லை
மழையாக வேண்டும்
அதுவும் இல்லையென்றால்
மழைக்கொத்தி ஆக வேண்டும்
நாம்

10.04.10

பெயர்களின் பயனின்மை

உனக்குப் பெயர்கள் ஓராயிரம்
ஓராயிரம் மொழிகளில்

இருந்தும் உனக்குத் தெரியாது
உன்னுடைய பெயர்
என்னவென்று

பெயர் தெரிந்து என்ன பயன்?

உன்னுள் கிடையாது
உனக்கென்று ஒரு பெயர்

எனக்குத் தெரியும்
என்னுள்ளும் கிடையாது
எனக்கென்றொரு பெயர்

நீ வரும்போதெல்லாம்
என்மேல் படிந்திருக்கும் பெயரை
உறிஞ்சிக் குடித்துவிட
நாமிருவரும் ஒன்றாகிறோம்
ஏற்கனவே நாம்
ஒன்றாயிருப்பதுபோலவே

30.06.10

K.Gnanaskandan

தன் வாழ்நாள் முழுவதும்
சிரமப்பட்டு
இந்த ஒரே ஒரு தேன்சிட்டைப்
படைத்தார் கடவுள்

பிறகு தேன்சிட்டுக்கென்று
தேனையும்
தேனுக்கென்று பூவையும்
பூவுக்கென்று செடியையும்
செடியிருக்கத் தரையையும்
தரைக்கென பூமியையும்
பூமிக்காக வானம்
நட்சத்திரங்களென்று
யாவற்றையும் படைத்தார் கடவுள்

எல்லாம் தனக்காகப்
படைக்கப்பட்டிருந்தாலும்
எதைப் பற்றியும்
கவலைகொள்வதில்லை இந்தத் தேன்சிட்டு

பிரபஞ்சத்தின் எந்த விதிகளையும்
மதிப்பதில்லை

கடவுள் இருக்கிறாரா இல்லையா என்றுகூட
எண்ணிப்பார்ப்பதில்லை

பாருங்கள்
போகிறபோக்கில்
காலத்தின் உள்ளங்கையில்
எப்படி அது
எச்சமிட்டுப் போகிறது என்பதை

என்னவோ தான்தான்
கடவுள் என்பதைப் போல

18.06.10

கரிச்சானின் சேட்டைகள்

ஆட்டைக் கேட்காமலே
ஆட்டுச் சவாரி செய்வாய்
மாட்டைக் கேட்காமலே
மாட்டுச் சவாரி செய்வாய்

விளக்கின் வெளிச்சத்தில்
விட்டிலைக் கொத்துவாய்
கரகர குரலில்
வெட்கமின்றிக் கத்துவாய்

விருட்டென்று மேலேறி
சரட்டென்று கீழிறங்கி
அப்பாவிக் காகத்தை
ஆள்சேர்த்துக் கொத்துவாய்

அக்காக்குயிலை வம்பிழுக்க
அதைப் போலவே கத்துவாய்
காற்றில் தனியாய்
கரணமும் போடுவாய்

தட்டிக்கேட்க ஆளின்றி
தட்டுக்கெட்டுத் திரிகிறாய்
குட்டிக்குட்டிக் கரிச்சானே நான்
குட்டும் முன்னே ஓடிவிடு

15.04.10

மன்னித்துவிடு மீன்கொத்தியே
இன்றுமுதல் நான்
புள்ளி மீன்கொத்தியின்
காதலன்

19.04.10

சிறுகணம்தான்
உண்மையில்
கணமே இல்லை
அந்தக் கணத்திலும்
நான் பார்த்தபோது
சரியாய்ப் பீய்ச்சியடித்தது அந்தரத்தில்
சோலைப்பாடியின் பிட்டத்திலிருந்து
அதன் எச்சம்
காற்றின் கண்களில்

18.06.10

என் கிளி தின்ற பூனை

என் கிளி
தின்ற பூனை
எவ்வளவு அழகு

21.08.10

புள்ளித் தேன்

பூவிற் சிறியவளே
முருங்கைப் பூவே
எப்படி ஒளித்தாய்
உன்னுள்
புள்ளித் தேனை?

சிட்டிற் சிறியவளே
தேன்சிட்டே
எப்படி அறிந்தாய்
உன் புள்ளிக் கண்களால்
புள்ளித் தேனை?

18.04.10

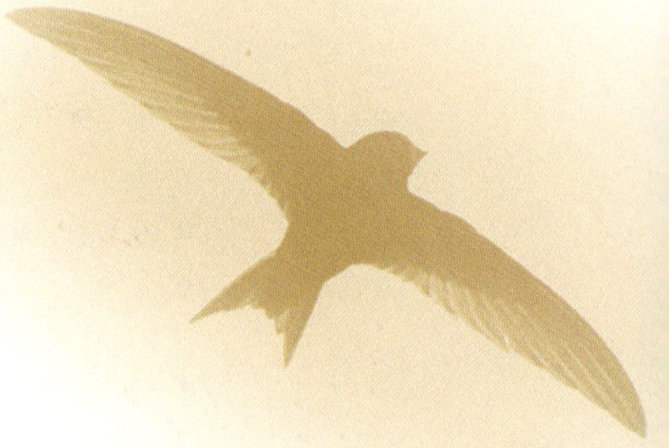

உழவாரக் குருவி

விமானமாம் விமானம்
வில் வடிவ விமானம்

சின்னஞ்சிறு விமானம்
சிறகடிக்கும் விமானம்

பனைமரத்தின் மேலிருந்து
பறந்து செல்லும் விமானம்

தரையிறங்கா விமானம்
தடம் மாறா விமானம்

சுத்திச் சுத்திப் பறக்கும்
கத்திக்கொண்டு திரியும்

பெட்ரோல் தீர்ந்துபோகாது
பைலட் யாரும் கிடையாது

குட்டிக் குட்டி விமானம்
குறும்புக்கார விமானம்

முதுகில் என்னைச் சுமந்து
முகிலில் கொண்டு சேர்க்கும்

விமானமாம் விமானம்
வில் வடிவ விமானம்

18.08.10

அந்தத் தவிட்டுக்குருவி இறந்துகொண்டிருந்தது

அந்தத் தவிட்டுக்குருவி இறந்துகொண்டிருந்தது
என் கைகளில்

தன் இறுதிச் சூட்டை
என் உள்ளங்கை வழியே
என் இதயத்துக்கு இடம் மாற்றிக்கொண்டு

என்னையே பார்த்துக்கொண்டிருந்தார்கள்
சிறுவர்கள் மூவரும்
நான் நிகழ்த்தப்போகும் அற்புதத்தை எதிர்நோக்கி

கடவுளின் இடத்தை
எனக்கு வழங்குகிறார்கள்

கவிதையில் இடம்பெற்றிருக்கும் தவிட்டுக்குருவி

Asai

கடவுளின் இடத்தில் இருந்துகொண்டு
தவிட்டுக்குருவிகளைக் கொல்வது எளிது
அதைப் படைக்கத்தான் முடியாது என்று அவர்களுக்கு
எப்படிச் சொல்வது

ஆயினும் நான் நம்பினேன்
என்னால் முடியாதெனினும்
இந்தக் குருவியின் உயிரைக் காக்க வல்ல அருமருந்து
இந்தப் பிரபஞ்சத்தின் ஏதோ ஒரு மூலையில்
அல்லது ஏழு கடல் தாண்டி ஒரு தீவில்
நிச்சயம் இருக்குமென்று

நேற்றுதான் சொன்னான்
எதிர் வீட்டு பாலா
'மாமா எனக்கு உலகத்திலேயே
ஒரே ஒரு ஆசைதான்,
எதாவது ஒரு பறவையை
ஒரு தடவையாவது தொட்டுப் பார்த்துவிட வேண்டும்'
என்று

இப்போது தொட்டுப்பார்க்கச் சொன்னேன்
மறுத்துவிட்டான் அழுதுகொண்டே

அந்தத் தவிட்டுக்குருவி இறந்துகொண்டிருந்தது
என் கைகளில்

அழப்போகும் குரலில்
தரணி சொன்னாள்
'மாமா நான் பெரியவளானதும்
படித்துத் தவிட்டுக்குருவி டாக்டர் ஆவேன்,
எந்தத் தவிட்டுக்குருவியையும் சாக விட மாட்டேன்'
என்று

அந்தத் தவிட்டுக்குருவி இறந்துகொண்டிருந்தது
என் கைகளில்

'தவிட்டுக்குருவி மேயும் இடம் என்று
எழுதி வைத்தால் என்ன?'
என்று கேட்டான் சைலேஷ்

அவர்கள் இருப்பது தவிட்டுக்குருவிகளின்
உலகத்தில்

அப்படித்தான் பேசுவார்கள்

இன்னும் நிறைய காலம் இருக்கிறது
இது தவிட்டுக்குருவிகளின் உலகம் அல்ல
தவிட்டுக்குருவிகளைக் கொல்பவர்களின் உலகம் என்று
அவர்கள் தெரிந்துகொள்வதற்கு

அதுவரைக்கும் அப்படித்தான் பேசுவார்கள்

ஒரு தவிட்டுக்குருவி இறந்துபோனது
என் கைகளில்
மூன்று சிறுவர்களின் முன்பு
என்னைச் சக்தியற்ற கடவுளாக
ஆக்கிவிட்டு

18.08.10

ஏன் படைத்தாய் தேன்சிட்டே?
எப்படிப் படைத்தாய் பிரபஞ்சத்தை?
அதுவும் நீயே
இல்லாதபோது?

28.06.10

K.Gnanaskandan

அதே இடம்

அதே இடத்தில்
பறந்துகொண்டிருக்கிறது கரிச்சான்

அதே இடத்திலிருந்து
அதே இடத்தின் வழியாக
அதே இடத்துக்கு

அது போகுமிடமெல்லாம்
அதே இடம்

15.04.10

பறவைகளின் வரைபடம்

சப்தங்களாலும்
ஒளியாலும் உருவாக்கிக்கொண்டிருக்கிறாள் அவள்
ஒரு வரைபடத்தை

பறவைகளுக்கான வரைபடத்தை

எப்போதும் அவள் இப்படித்தான்
யாரும் செய்யாததை மட்டுமே செய்வாள்
தவிர வேறெதையும் செய்ய மாட்டாள்

தாளில்தான் வரைய ஆரம்பித்தாள்
எனினும் தாளுக்கு வெளியிலும் நீண்டது வரைபடம்
நீளம் அகலம் உயரம் காலம் ஒலி-ஒளி
என்று ஐந்து பரிமாணங்களில்

சில சமயம்
நீளம் அகலம் உயரம் காலம் ஒலி-ஒளி
எதுவுமில்லாமல்
ஆறாவது பரிமாணமாய் விட்டுவிடுவாள்

அவள் மட்டுமே இருக்கிறாள்
அந்தப் பரிமாணத்தில்

பனைமரங்களையும் தென்னைமரங்களையும்
தூக்கணாங்குருவிக் கூட்டாலும்
சுடலைக்குயில்கள் மேயும்
புதர்களையும் வேலிகளையும்
கம்பளிப்புழுக்களாலும்
உச்சிக் கிளைகளைக்
குக்குறுவானின் 'குக்குக்' ஒலியாலும்
காகத்தின் கூடுகளைக்
குயிலோசையாலும்

பூக்கள் அடர்ந்த இடங்களைத்
தேனாலும்
சாலைகளை நெல்மணிகளாலும்
தன்னுடைய மழைக்கொத்தி வசிக்கும்
இடத்தை வானவில்லாலும்
கொக்குகள் பறக்கும் வழியை
மேகங்களாலும்
தான் முத்தமிட விரும்பும்
தையல்சிட்டின் கூட்டை
தன் இதயத்தாலும் குறித்தாள்

மேலும்
அக்காக்குயிலின் 'பிரெய்ன் ஃபீவர்'
தினைக்குருவியின் சிறகை விரித்த காற்று
மூங்கிற்புதரில் கைவிடப்பட்ட ஒரு கூடு
கரிச்சானின் அந்தரக் கரணம்
தேன்சிட்டின் மூக்கில் பட்டுத் தெறித்த ஒளி
என்று வரைபடம்
நீண்டுகொண்டே போகவும்
தாளை உதறி எழுந்தாள்

இப்போது அவளே
ஒரு வரைபடமாய்

அந்த வரைபடத்தின் தடத்தில்
எந்தப் பறவையும் பறக்காதெனினும்
அந்தத் தடத்தில்
அவள் மட்டுமாவது பறந்து சென்று
பறவைகளிடம் சேர்த்துவிடுவாள்
வரைபடத்தை எப்படியும்

18.06.10

*வரலாறு என்பது
வேறெதுவுமில்லை*

*தேன்சிட்டு தேன் குடித்தது
தேன்சிட்டு தேன் குடிக்கிறது
தேன்சிட்டு தேன் குடிக்கும்*

அவ்வளவுதான்

28-06-10

குக்குறுவான் வைரங்கள்

கொண்டலாத்தியை
முதலில் கண்ட நாள்தான்
அவர்களுக்குப் பிறந்தநாள்

முதலும் கடைசியுமாக
நீளவால் ஈப்பிடிப்பானைப் பார்த்த
அந்த நாளை
அவர்கள் மறக்கவே மாட்டார்கள்
எப்போதும்

நீலமுகச் செண்பகத்தைப்
பார்த்த நாள்
கனவிலும் மறக்காது

மட்டுமல்லாமல்

தேன்சிட்டுக்குக்
கனவில் முத்தம் கொடுத்ததாகவும்
அக்காக்குயிலை
அருகில் பார்த்ததாகவும்
மீன்கொத்தியைத் தான்தான்
காப்பாற்றியதாகவும்
பீத்திக்கொள்வார்கள்
ஆளுக்கொருவராய்

அப்பா அழைத்தாலும்
அம்மா அழைத்தாலும்
திரும்பிக்கூடப் பார்க்காதவர்கள்
குயில் கூவினாலோ
ஆள்காட்டி அலறினாலோ
கிளி கீச்சிக்கொண்டு பறந்தாலோ
மரங்கொத்தி கத்தினாலோ
போதும்
சட்டென்று வெளியில் வந்து
தேடிப் பார்த்துவிட்டுப்
பின் வருவார்கள் என்னிடம்
அறிக்கையிட

தெரிந்த பறவைகள் என்றாலே
அலட்சியம்தான்

ஏதோ பறந்ததுபோல் இருக்கிறதே
என்னவென்று பாருங்கள் என்றால்
கரிச்சான் சனியன்தான் என்பார்கள்
அப்படியே உட்கார்ந்திருக்கிறதே
மணிக்கணக்கில்
வேறுவேலை ஏதும் இல்லையா
இந்த மணிப்புறா நாய்க்கு என்பார்கள்

இந்தக் கொண்டைக்குருவிப் பயலுக்கு
எவ்வளவு துணிச்சல் இருந்தால்
வால்காக்கையிடம் போய் வம்பிழுப்பான்
என்று கோபிப்பார்கள் செல்லமாய்

அரிய பறவைகள் என்றாலோ
தனிச் சலுகை
உயிரையும் கொடுப்பார்கள்
விலையாய்
ஒரு நொடி பார்ப்பதற்கே

அவர்களுடைய உலகம்
மிகவும் சிறியது
ஒரு தேன்சிட்டின் கூடுபோல

அதற்குள் கொட்டிவைத்து
அடைகாக்கிறார்கள்
அவர்கள்
குக்குறுவான் நிற
வைரங்களை

23.10.08

(பறவைகளைப் பார்ப்பதற்கு என்னுடன் வரும், தாங்களும் பறவைகள்தான் என்று உண்மையாகவே எண்ணிக்கொண்டிருக்கும் சிறுவர்கள் தரணி, ஆதி, சைலேஷ், ஆனந்து, பாலா, சுகன்யா ஆகியோருக்கு)

J.M.Garg. 2007 Creative Commons Attribution-Share Alike 3.0 Unported

என் இடம்
நீ வந்தால்
அது
உன் இடம்
ஆகிவிடுகிறதே
எப்படிக்
கொண்டைக்குருவியே?

19.04.10

குளம்
மின்னலாய் முங்கும்
புள்ளி மீன்கொத்தி
புள்ளியிலிருந்து
விரியும் அலை

முற்கணம் பார்த்திருந்தால்
அப்படியே இருந்திருக்கும்
குளம்

பிற்கணம் பார்த்திருந்தால்
தானாய் விரிந்திருக்கும்
அலை

இரண்டு கணங்களிலும்
காணாமல் போயிருக்கும்
புள்ளி மீன்கொத்தி

நான் பார்ப்பது
இக்கணம்

எல்லாம் இருக்கிறது
இக்கணத்தில்

குளம்
புள்ளி மீன்கொத்தி
அலை

எது எது முற்கணம்?
எது எது பிற்கணம்?
எது எது இக்கணம்?

18.04.10

K.Gnanaskandan

சிறியதின் இடம்

> வலியதின், பெரியதின் இடம்
> கீழே இருக்கிறது;
> மெலியதின், மிருதுவின் இடம்
> மேலே இருக்கிறது
>   *(தாவோ தே ஜிங்)*

அப்படியொன்றும்
சுதந்திரமானதல்ல
இவ்வுலகம்
அப்படியொன்றும்
ஆபத்தற்றதல்ல
இவ்வாழ்க்கை

ஆயினும்
அண்டங்களின்
வஞ்சகங்களுக்கு நடுவே
புகுந்து சர்வசாதாரணமாகப்
பறந்து செல்கிறது
ஒரு தேன்சிட்டு

அழிவின்
கண்கள் கண்காணித்துக்கொண்டிருக்க
அழிவின் எல்லைகளை
அழித்து அழித்துப்
பறக்கிறது

வாழ்வைத் தவிர
எந்தத் தற்காப்புமற்று
வாழ்வின் எல்லைகளை
விரித்து விரித்துப்
பறக்கிறது

விதிகள் தெரியாததால்
இவ்வளவு இயல்பாக
விளையாடி
வெற்றிகொள்கிறது
சகலத்தையும்

அவ்வளவு
உறுதியோடும்
இறுமாப்போடும்
அசைவற்ற நம்பிக்கையோடும்
வீற்றிருக்கும்
பிரமாண்டங்களின்
அஸ்திவாரத்தைச்
சுமந்து திரிகின்றன
இவ்வுலகின் நுண்மைகள்
வெகு இயல்பாக

23.08.10

உலகு

தத்தும் நடக்கும் தாவிப் பறக்கும்
கத்தும் ஆள்வரக் கண்டு-கொத்தும்
அரிசிச் சிதறலை அழகிய மைனா
விரிக்கும் சிறகெனக் குலகு

20.08.10

K.Gnanaskandan

பருந்து

இப்படியும் அப்படியும் இருபுறமும் தலைதிருப்பிச்
செப்படி வித்தை செய்யும்-அப்படியே
அசைவற்று ஆகாயம் அளக்கும் ஆங்கே
பசைபோட்டு ஒட்டிய பருந்து

21.08.10

கிளி

கொத்தும் பழத்தையும் கொடுக்குமென் கரத்தையும்
சித்தம் மயங்கிச் சரியும்-முத்தமிடக்
குனிகையில் எச்சமிடும் கையில் மகிழ்ந்து
பனிபோல் குளிரும் மனது

21.08.10

பறவைகளின் பெயர்கள்: ஒரு குறிப்பு

இந்தத் தொகுப்பில் உள்ள அனைத்துப் பறவைகளும் எனக்குப் பரிச்சயமான பறவைகளே. இரண்டு மூன்று பறவைகளைத் தவிர எல்லாம் பரவலாகக் காணப்படும் பறவைகளே. ஆனால் பல பறவைகளின் சரியான பெயர்களைக் கண்டுபிடிப்பதில் தான் பெரும் சிக்கல். இயற்கைக்கும் தற்காலத் தமிழுக்கும் தற்காலத் தமிழருக்கும் இடையில் உள்ள இடைவெளியைப் பற்றிச் சொல்லவே தேவையில்லை. காகம், புறா, மீன்கொத்தி, மைனா போன்ற பரவலாகக் காணப்படும் பறவைகளைப் பொறுத்தவரை சிக்கல் இல்லை. ஆனால் வேறு சில பறவைகளைப் பொறுத்தவரை, அவை பரவலாகக் காணப்பட்டாலும் அவற்றுக்குச் சீரான, பொதுவான பெயர்கள் புழக்கத்தில் இல்லை. எடுத்துக்காட்டாக, கொண்டைக்குருவி (Red-vented Bulbul); எங்கு பார்த்தாலும் இருக்கக்கூடிய இந்தப் பறவைக்குப் பல இடங்களில் பெயர் கிடையாது, அப்படியே இருந்தாலும் சீரான பெயர் கிடையாது. உருவத்தில் சிறியதாக இருக்கக்கூடிய இது போன்ற பறவைகளுக்குப் பொதுவாகக் குருவி என்றும் சிட்டுக்குருவி என்றும் பெயரிட்டு விடுகிறார்கள். பெயர்ப் பிரச்சினையைத் தீர்க்க நான் சில புத்தகங்களையும் ஆதாரங்களையும் சார்ந்து இருக்க வேண்டியதாயிற்று. உதவிய புத்தகங்கள்: The Book of Indian Birds (Salim Ali), தமிழ்நாட்டுப் பறவைகள் *(முனைவர் க. ரத்னம்)*, Tamil Lexicon (ed. S. Vaiyapuri Pillai), க்ரியாவின் தற்காலத் தமிழ் அகராதி *(ஆசிரியர், எஸ். ராமகிருஷ்ணன்)*. புள்ளி மீன்கொத்தி (Pied Kingfisher) என்பது மட்டும் நான் கொடுத்த பெயர். பறவைகளின் ஆங்கிலப் பெயர்களைக் குறித்த சந்தேகங்களையும் பறவைகள் குறித்த பிற சந்தேகங்களையும் தீர்த்துக்கொள்வதில் எனக்கு உதவியவர் டாக்டர். ஆர். பானுமதி அவர்கள்.

புள்ளி மீன்கொத்தி	–	Pied Kingfisher
மீன்கொத்தி	–	Common Kingfisher, White-throated Kingfisher

அக்காக்குயில் (அக்கக்காக் குருவி)	–	Common Hawk-cuckoo (or) Brainfever bird
கொண்டலாத்தி	–	Common Hoopoe
குக்குறுவான்	–	Coppersmith Barbet
கரிச்சான், இரட்டைவால் குருவி	–	Black Drongo
மைனா	–	Common Myna (or) Indian Myna
கொண்டைக்குருவி	–	Red-vented Bulbul
காகம்	–	House Crow
தேன்சிட்டு	–	Purple-rumped Sunbird, Purple Sunbird
தவிட்டுக்குருவி	–	Yellow-billed Babbler
கொக்கு	–	Little Egret
சோலைப்பாடி	–	Oriental Magpie Robin
குயில்	–	Asian Koel
தையல்சிட்டு	–	Common Tailorbird
சிட்டுக்குருவி	–	House Sparrow
உழவாரக் குருவி	–	Asian Palm Swift
தினைக்குருவி	–	White-rumped Munia
பருந்து	–	Brahminy Kite
கிளி	–	Rose-ringed Parakeet
*சுடலைக்குயில்	–	Pied Cuckoo

*மரங்கொத்தி	–	Common Flameback (or) Goldenbacked Woodpecker
*வால்காக்கை	–	Tree Pie
*மணிப்புறா	–	Spotted Dove
*நீளவால் ஈப்பிடிப்பான்	–	Asian Paradise-flycatcher
*நீலமுகச் செண்பகம்	–	Blue-faced Malkoha
*உப்புக்கொத்தி	–	Plover (in common)
*ஆள்காட்டி	–	Red-wattled Lapwing
*தூக்கணாங்குருவி	–	Baya Weaver

*குறியிட்ட பறவைகளுக்குத் தனியே கவிதைகள் இல்லை.

Acknowledgments

Cover: K.Gnanaskandan

Back cover: K.Gnanaskandan

Inner cover: K. Gnanaskandan

Page - 4: K.Gnanaskandan

Page -5: J.M.Garg, 2008 Creative Commons Attribution-Share Alike 3.0 Unported

Page - 8: J.M.Garg, 2007 Creative Commons Attribution-Share Alike 3.0 Unported

Page - 9: Karunakar Rayker, 2010 Creative Commons Attribution 2.0 Generic

Page - 12: J.M.Garg, 2006 Creative Commons Attribution-Share Alike 3.0 Unported

Page - 13: K.Gnanaskandan

Page -16: K.Gnanaskandan

Page - 18: K.Gnanaskandan

Page - 19: Krayker, 2007 Creative Commons Attribution-Share Alike 2.0 Generic

Page - 22: K.Gnanaskandan

Page - 23: J.M.Garg, 2006 Creative Commons Attribution-Share Alike 3.0 Unported

Page - 27: K.Gnanaskandan

Page - 31: K.Gnanaskandan

Page - 34: Lip Kee Yap, 2009 Creative Commons Attribution-Share Alike 2.0 Generic

Page - 35: J.M.Garg, 2007 Creative Commons Attribution-Share Alike 3.0 Unported

Page - 38: Pawel Kuzniar, 2006 Creative Commons Attribution-Share Alike 3.0 Unported

Page - 39: Asai

Page - 42: J.M.Garg, 2006 Creative Commons Attribution-Share Alike 3.0 Unported

Page - 43: K.Gnanaskandan

Page - 46: J.M.Garg, 2008 Creative Commons Attribution-Share Alike 3.0 Unported

Page - 47: J.M.Garg, Creative Commons Attribution-Share Alike 3.0 Unported

Page - 50: J.M.Garg, 2007 Creative Commons Attribution-Share Alike 3.0 Unported

Page - 51: K.Gnanaskandan

Page - 54: J.M.Garg, 2008 Creative Commons Attribution-Share Alike 3.0 Unported

Page - 55: K.Gnanaskandan

Page - 62: J.M.Garg, 2008 Creative Commons Attribution-Share Alike 3.0 Unported

Page - 63: J.M.Garg, 2006 Creative Commons Attribution-Share Alike 3.0 Unported

தையல்சிட்டின் கூடு

தூக்கணாங்குருவிக் கூடு